Icelandic Vocabulary: An Icelandic Language Guide

Baldur Hauksson

Contents

Icelandic alphabet

Order	Letter	IPA
01	A a	[a]
02	Á á	[au]
03	B b	[p]
04	D d	[t]
05	Ð ð	[d]
06	E e	[ɛ]
07	É é	[jɛ]
08	F f	[f/v]
09	G g	[k/ɣ/c/x]
10	H h	[h]
11	I i	[ɪ]
12	Í í	[i]
13	J j	[j]
14	K k	[cʰ/kʰ/x]
15	L l	[l̥/l]
16	M m	[m̥/m]
17	N n	[n̥/n]
18	O o	[ɔ]
19	Ó ó	[ou]
20	P p	[pʰ]
21	R r	[r̥/r]
22	S s	[s]
23	T t	[tʰ]
24	U u	[y]
25	Ú ú	[u]
26	V v	[v]

27	X x	[xs]
28	Y y	[I]
29	Ý ý	[i]
30	Þ þ	[θ]
31	Æ æ	[ai]
32	Ö ö	[œ]

X, W and C are only used in foreign words. Z was used but is not used anymore in Icelandic language.

Vocabulary English – Icelandic

1) Measurements
1) Mælieiningar

English
Icelandic

Acre
Ekra

Area
Svæði

Volume
Rúmmál

Centimeter
Sentimetri

Cup
Bolli

Dash
Örlítiðaf

Degree
Gráða

Depth
Dýpi

Digit
Tölustafur

Dozen
Tylft

Foot
Fet

Gallon
Um Það bil 3,7 lítrar (around 3,7 liters)

Gram
Gramm

Height
Hæð

Huge
Mjög stórt

Inch
Tomma

Kilometer
Kílómetri

Length
Lengd

Liter
Lítri

Little
Lítið

Measure
Mæla

Meter
Metri

Mile
Míla

Minute
Mínúta

Ounce
Únsa

Perimeter
Ummál

Pint
Peli

Pound
Pund

Quart
Fjórðungur

Ruler
Reglustika

Scale
Vog

Small
Lítið

Tablespoon
Matskeið

Ton
Tonn

Unit
Eining

Quantity, Amount
Magn

Weigh
Vigta

Weight
Þyngd

Width
Breidd

Yard
Um það bil einn metri (approximately one meter)

Time
Tímasetningar

What time is it?
Hvað er klukkan?

It's 1:00 AM/PM
Hún er 1 að morgni/eftir hádegi

It's 2:00 AM/PM
Hún er 2 að morgni/eftir hádegi

It's 3:00 AM/PM
Hún er 3 að morgni/eftir hádegi

It's 4:00 AM/PM
Hún er 4 að morgni/eftir hádegi

It's 5:00 AM/PM
Hún er 5 að morgni/eftir hádegi

It's 6:00 AM/PM
Hún er 6 að morgni/kvöldi

It's 7:00 AM/PM
Hún er 7 að morgni/kvöldi

It's 8:00 AM/PM
Hún er 8 að morgni/kvöldi

It's 9:00 AM/PM
Hún er 9 að morgni/kvöldi

It's 10:00 AM/PM
Hún er 10 að morgni/kvöldi

It's 11:00 AM/PM
Hún er 11 að morgni/kvöldi

It's 12:00 AM/PM
Hún er 12 á hádegi/miðnætti

In the morning
Að morgni

In the afternoon
Síðdegis

In the evening
Að kvöldi

At night
Að nóttu

Afternoon
Síðdegi

Annual
Árlega

Calendar
Dagatal

Daytime

Decade
Áratugur

Evening
Kvöld

Hour
Klukkutími

Midnight
Miðnætti

Morning
Morgunn

Month
Mánuður

Night
Nótt

Nighttime
Næturtími

Noon
Hádegi

Now
Núna

O'clock
Klukkan

Past
Fortíð

Present
Nútíð

Second
Sekúnda

Sunrise
Sólarupprás

Sunset
Sólarlag

Today
Í dag

Tonight
Í kvöld

Tomorrow
Á morgun

Watch
Úr

Week
Vika

Year
Ár

Yesterday
Ígær

Months of the year
Mánuðirnir

January
Janúar

February
Febrúar

March
Mars

April
Apríl

May
Maí

June
Júní

July
Júlí

August
Ágúst

September
September

October
Október

November
Nóvember

December
Desember

Days of the week
vikudagarnir

Monday
Mánudagur

Tuesday
Þriðjudagur

Wednesday
Miðvikudagur

Thursday
Fimmtudagur

Friday
Föstudagur

Saturday
Laugardagur

Sunday
Sunnudagur

Seasons
árstíðir

Winter
Vetur

Spring
Vor

Summer
Sumar

Fall/autumn
Haust

Numbers
Tölustafir

One (1)
Einn

Two (2)
Tveir

Three (3)
Þrír

Four (4)
Fjórir

Five (5)
Fimm

Six (6)
Sex

Seven (7)
Sjö

Eight (8)
Átta

Nine (9)
Níu

Ten (10)
Tíu

Eleven (11)
Ellefu

Twelve (12)
Tólf

Twenty (20)
Tuttugu

Fifty (50)
Fimmtíu

Hundred (100)
Hundrað

Thousand (1000)
Þúsund

Ten thousand (10.000)
Tíu þúsund

One hundred thousand (100.000)
Hundrað þúsund

Million (1.000.000)
Milljón

Billion (1.000.000.000)
Milljarður

Ordinal numbers
Raðtölur

First
Fyrsti

Second
Annar

Third
Þriðji

Fourth
Fjórði

Fifth
Fimmti

Sixth
Sjötti

Seventh
Sjöundi

Eighth
Áttundi

Ninth
Níundi

Tenth
Tíundi

Eleventh
Ellefti

Twelfth
Tólfti

Thirteenth
Þrettándi

Twentieth
Tuttugasti

Twenty-first
Tuttugastiogfyrsti

Hundredth
Hundraðasti

Thousandth
Þúsundasti

Millionth
Milljónasti

Billionth
Milljarðasti

Geometric shapes
Rúmfræðiform

Angle
Horn

Circle
Hringur

Cone
Keila

Cube
Kassi

Cylinder
Sívalningur

Heart
Hjarta

Heptagon
Sjöhyrningur

Hexagon
Sexhyrningur

Line
Lína

Octagon
Átthyrningur

Oval
Egglaga

Parallel lines
Samsíða línur

Pentagon
Fimmhyrningur

Perpendicular lines
Línur sem skarast

Polygon
Marghyrningur

Pyramid
Pýramídi

Rectangle
Rétthyrningur

Rhombus
Tígull

Square
Ferhyrningur

Star
Stjarna

Trapezoid
Trapísa

Triangle
Þríhyrningur

Vortex
Hringiða

Colors
litir

Beige
Drappaður

Black
Svartur

Blue
Blár

Brown
Brúnn

Fuchsia
Fjólubleikur

Gray
Grár

Green
Grænn

Indigo
Dökkfjólublár

Maroon
Ryðrauður

Navy blue
Dökkblár

Orange
Appelsínugulur

Pink
Bleikur

Purple
Fjólublár

Red
Rauður

Silver
Silfraður

Tan
Sólarbrúnn

Teal
Sægrænn

Turquoise
Túrkísblár

Violet
Fjólubleikur

White
Hvítur

Yellow
Gulur

Related verbs
sagnir sem gott er að kunna

To add
Að leggja saman

To change
Að breyta

To check
Að athuga

To color
Að lita

To count
Að telja

To divide
Að deila

To figure
Að leysa

To fill
Að fylla

To guess
Að giska

To measure
Að mæla

To multiply
Að margfalda

To subtract
Að draga frá

To take
Að taka

To tell time
Að þekkja áklukku

To verify
Að sanna

To watch
Að horfa

2) Weather
2) Veður

Air
Loft

Air pollution
Loftmengun

Atmosphere
Andrúmsloft

Avalanche
Snjóflóð

Barometer
Loftvog

Barometric pressure
Loftþrýstingur

Blizzard
Snjóstormur

Breeze
Andvari

Climate
Loftslag

Cloud
Ský

Cold
Kuldi/kalt

Cold front
Kuldaskil

Condensation
Þétting

Cool
Svalt

Cyclone
Hvirfilbylur

Degree
Gráða

Depression
Lægð

Dew
Dögg

Dew point
Hitastigið þegar dögg myndast (the temperature when dew is formed)

Downpour
Úrhelli

Drift
Skafrenningur

Drizzle
Súld

Drought
Þurrkur

Dry
Þurrt

Dust devil
Lítill rykstrokkur

Dust storm
Rykstormur

Easterly wind
Austanátt

Evaporation
Uppgufun

Eye of the storm
Auga stormsins

Fair
Heiðskírt

Fall
Haust

Flash flood
Skyndilegt staðbundið flóð

Flood
Flóð

Flood stage
Hæð flóðs

Flurries
Éljagangur

Fog
Þoka

Forecast
Spá

Freeze
Frjósa

Freezing rain
Frostrigning

Front (hot/cold)
Skil (hita/kulda)

Frost
Frost

Funnel cloud
Trektlaga ský

Global warming
Hlýnun jarðar

Gust of wind
Vindhviða

Hail
Haglél

Haze
Mistur

Heat
Hiti

Heat index
Lofthiti

Heat wave
Hitabylgja

High
Hæð

Humid
Rakt

Humidity
Raki

Hurricane
Fellibylur

Ice
Ís

Ice crystals
Ískristallar

Ice storm
Froststormur

Icicle
Grýlukerti

Jet stream
Loftstraumur

Landfall
Lending

Lightning
Elding

Low
Lægð

Low pressure system
Lægðakerfi

Meterologist
Veðurfræðingur

Meterology
Veðurfræði

Microburst

Sterkur vindur/regn áafmörkuðu svæði (strong downfall with heavy wind or rain on a very small area)

Mist

Þokumóða

Moisture

Raki

Monsoon

Regntímabil

Muggy

Molla

Nor'easter

Lægð sem blæs norðaustan átt

Normal

Eðlilegt

Outlook

Horfur

Overcast

Skýjað

Ozone

Óson

Partly cloudy

Skýjað með köflum

Polar
Heimskauta-

Pollutant
Mengunarvaldur

Precipitation
Úrkoma

Pressure
Þrýstingur

Radar
Ratsjá

Radiation
Geislun

Rain
Rigning

Rainbow
Regnbogi

Rain gauge
Úrkomumælir

Relative humidity
Rakastig

Sandstorm
Sandstormur

Season
Árstíð

Shower
Skúrir

Sky
Himinn

Sleet
Slydda

Slush
Slabb/krap

Smog
Loftmengun

Smoke
Reykur

Snow
Snjór

Snowfall
Snjókoma

Snowflake
Snjókorn

Snow flurry
Vindur og snjókoma

Snow shower
Úrkoma í formi snjós (Shower in the form of snow)

Snowstorm
Bylur

Spring
Vor

Storm
Stormur

Storm surge
Vindhviða

Stratosphere
Heiðhvolf

Summer
Sumar

Sunrise
Sólaruppkoma

Sunset
Sólarlag

Supercell
Risa skýstrokkur

Surge
Hviða/Ris

Swell
Þungur sjór

Temperature
Hitastig

Thaw
Hláka

Thermal
Hita -, varma -

Thermometer
Hitamælir

Thunder
Þruma

Thunder storm
Þrumuveður

Tornado
Skýstrokkur/Hvirfilbylur

Trace
Snjóföl

Tropical
Hitabeltis -

Tropical depression
Hitabeltislægð

Tropical storm
Hitabeltisstormur

Turbulence
Ókyrrð

Twister
Skýstrokkur

Typhoon
Fellibylur

Unstable
Óstöðugt

Visibility
Skyggni

Vortex
Hringiða

Warm
Heitt

Warning
Viðvörun

Watch
Vakt/vörður

Weather
Veður

Weather pattern
Veðurferli

Weather report
Veðurfréttatími

Weather satellite
Veðurtungl

Westerly wind
Vestanvindur

Whirlwind
Hvirfilvindur

Wind
Vindur

Wind chill
Vindkæling

Winter
Vetur

Related verbs
sagnir sem gott er að kunna

To blow
Að blása

To clear up
Að létta til

To cool down
Að kólna

To drizzle
Að súlda

To feel
Að finnafyrir

To forecast
Að spá

To hail
Að snjóa hagli

To rain
Að rigna

To report
Að segja fréttir, veðurfréttir

To shine
Að skína

To snow
Að snjóa

To storm
Að hvessa

To warm up
Að hitna

To watch
Að gæta að

3) People
3) fólk

Athlete
Íþróttamaður

Baby
Ungbarn

Boy
Strákur

Boyfriend
Kærasti

Brother
Bróðir

Brother-in-law
Mágur

Businessman
Kaupsýslumaður

Canditate
Umsækjandi

Child/children
Barn/Börn

Coach
Þjálfari

Cousin
Frændi/frænka

Customer
Viðskiptavinur

Daughter
Dóttir

Daughter-in-law
Tengdadóttir

Driver
Ökumaður

Family
Fjölskylda

Farmer
Bóndi

Father/dad
Faðir/pabbi

Father-in-law
Tengdafaðir

Female
Kvenkyns

Friend

Vinur

Girl

Stúlka

Girlfriend

Kærasta

Godparents

Guðforeldrar

Grandchildren

Barnabörn

Granddaughter

Sonar - eða dótturdóttir

Grandfather

Afi

Grandmother

Amma

Grandparents

Afi og amma

Grandson

Sonar - eða dóttursonur

Husband

Eiginmaður

Instructor
Leiðbeinandi

Kid
Krakki

King
Konungur

Male
Karlkyns

Man
Maður

Mother/mom
Móðir/mamma

Mother-in-law
Tengdamóðir

Nephew
Bróður – eða systursonur

Niece
Bróður – eða systurdóttir

Parent
Foreldri

People
Fólk

Princess
Prinsessa

Queen
Drottning

Rock star
Rokkstjarna

Sister
Systir

Sister-in-law
Mágkona

Son
Sonur

Son-in-law
Tengdasonur

Student
Nemandi

Teenager
Unglingur

Tourist
Ferðamaður

Wifc
Eiginkona

Woman
Kona

Youth
Æska

Characteristics
persónueinkenni

Attractive
Aðlaðandi

Bald
Sköllóttur

Beard
Skegg

Beautiful
Fallegur/falleg/fallegt

Black hair
Svart hár

Blind
Blind/blindur/blint

Blond
Ljóshærð/ljóshærður/ljóshært

Blue eyes
Blá augu

Brown eyes
Brún augu

Brown hair
Brúnt hár

Brunette
Kona með brúnt hár

Curly hair
Krullað hár

Dark
Dökkur

Deaf
Heyrnarlaus

Divorced
Fráskilinn/fráskilin/fráskilið

Elderly
Aldraður/öldruð/aldrað

Fair
Ljós

Fat
Feitur/feit/feitt

Gray hair
Grátt hár

Green eyes
Græn augu

Handsome
Myndarlegur

Hazel eyes
Hnetubrún augu

Heavyset
Sterkbyggður/sterkbyggð/sterkbyggt

Light brown
Ljósbrúnn

Long hair
Sítt hár

Married
Gift/kvæntur

Mustache
Yfirvaraskegg

Old
Gamall/gömul/gamalt

Olive
Ólífu -

Overweight
Of þungur/of þung/of þungt

Pale
Fölur/föl/fölt

Petite
Smágerður/smágerð/smágert

Plump
Þybbinn/þybbin/þybbið

Pregnant
Ófrísk

Red head
Rauðhærð/rauðhærður/rauðhært

Short
Lágvaxinn/lágvaxin/lágvaxið

Short hair
Stutt hár

Skinny
Horaður/horuð/horað

Slim
Grannur/grönn/grannt

Stocky
Lágvaxinn og feitur/lágvaxin og feit/lágvaxið og feitt

Straight hair
Slétt hár

Tall
Hávaxinn/hávaxin/hávaxið

Tanned
Sólbrúnn/sólbrún/sólbrúnt

Thin
Mjór/mjó/mjótt

Wavy hair
Liðað hár

Well built
Samsvarar sér vel

White
Hvítur (áhörund)

Young
Ungur/ung/ungt

Stages of life
æviskeið

Adolescence
Unglingsár

Adult
Fullorðinn/fullorðin/fullorðið

Anniversary
Hátíðis- minnisdagur

Birth
Fæðing

Death
Andlát

Divorce
Skilnaður

Elderly
Aldraður/öldruð/aldrað

Graduation
Brautskráning, Útskrift

Infant
Ungbarn

Marriage
Hjónaband

Middle aged
Miðaldra

Newborn
Nýburi

Preschooler
Barn áleikskólaaldri

Preteen
Barn á aldrinum níu (9) – tólf (12)ára

Senior citizen
Eldri borgari

Teenager
Unglingur

Toddler
Smábarn

Tween
Barn áaldrinum tíu (10) – fjórtán (14) ára

Young adult
Ung fullorðin manneskja

Youth
Æska

Religion
trúarbrögð

Atheist/Agnostic
Trúleysingi/Efasemdamaður

Baha'i
Bahái

Buddhist
Búddisti

Christian
Kristinn/kristin/kristið

Hindu
Hindúi

Jewish
Gyðingdómur

Muslim
Múslimatrú

Sikh
Sikki (India – Indland)

Work
vinna

Accountant
Endurskoðandi

Actor
Leikari

Associate
Meðeigandi

Astronaut
Geimfari

Banker
Bankastjóri

Butcher
Slátrari

Carpenter
Trésmiður

Chef
Kokkur

Clerk
Skrifstofumaður

Composer
Tónskáld

Custodian
Safnvörður/gæslumaður

Dentist
Tannlæknir

Doctor
Læknir

Electrician
Rafvirki

Executive
Framkvæmdastjóri

Farmer
Bóndi

Fireman
Slökkviliðsmaður

Handyman
Vinnumaður/handlangari

Judge
Dómari

Landscaper
Garðyrkjumaður

Lawyer
Lögfræðingur

Librarian
Bókasafnsfræðingur

Manager
Forstjóri

Model
Fyrirsæta

Notary
Lögbókandi

Nurse
Hjúkrunarfræðingur

Optician
Augnlæknir

Pharmacist
Lyfjafræðingur

Pilot
Flugmaður

Policeman
Lögregluþjónn

Preacher
Prestur/prédikari

President
Forseti

Representative
Fulltrúi

Scientist
Vísindamaður

Secretary
Ritari

Singer
Söngvari/söngkona

Soldier
Hermaður

Teacher
Kennari

Technician
Tæknimaður/sérfræðingur

Treasurer
Gjaldkeri

Writer
Rithöfundur

Zoologist
Dýrafræðingur

Related verbs
sagnir sem gott er að kunna

To deliver
Að afhenda

To enjoy
Að njóta

To grow
Að vaxa

To laugh
Að hlæja

To love
Að elska

To make
Að búa til

To manage
Að stjórna

To repair
Að gera við

To serve
Að þjóna

To sing
Að syngja

To smile
Að brosa

To talk
Að tala

To think
Að hugsa

To work
Að vinna

To work at
Að vinna hjá

To work for
Að vinna fyrir

To work on
Að vinna að einhverju

To worship
Að tilbiðja

To write
Að skrifa

4) Parts of the body
4) líkamshlutar

Ankle
Ökkli

Arm
Handleggur

Back
Bak

Beard
Skegg

Belly
Kviður

Blood
Blóð

Body
Líkami

Bone
Bein

Brain
Heili

Breast
Brjóst

Buttocks
Rasskinnar

Calf
Kálfi

Cheek
Kinn

Chest
Brjóstkassi

Chin
Haka

Ear
Eyra

Elbow
Olnbogi

Eye
Auga

Eyebrow
Augabrún

Eyelash
Augnhár

Face
Andlit

Finger
Fingur

Finger nail
Fingurnögl

Fist
Hnefi

Flesh
Hold

Foot/feet
Fótur/fætur

Forearm
Framhandleggur

Forehead
Enni

Hair
Hár

Hand
Hönd

Head
Höfuð

Heart
Hjarta

Heel
Hæll

Hip
Mjöðm

Jaw
Kjálki

Knee
Hné

Leg
Fótleggur

Lips
Varir

Moustache
Yfirvaraskegg

Mouth
Munnur

Muscle
Vöðvi

Nail
Nögl

Neck
Háls

Nose
Nef

Nostril
Nös

Palm
Lófi

Shin
Sköflungur

Shoulder
Öxl

Skin
Húð

Spine
Hryggur

Stomach
Magi

Teeth/tooth
Tennur/tönn

Thigh
Læri

Throat
Kok

Thumb
Þumalfingur

Toe
Tá

Toenail
Tánögl

Tongue
Tunga

Underarm
Handarkriki

Waist
Mitti

Wrist
Úlnliður

Related verbs
sagnir sem gott er að kunna

To exercise
Að æfa

To feel
Að finna fyrir

To hear
Að heyra

To see
Að sjá

To smell
Að finna lykt af

To taste
Að bragða á

To touch
Að snerta

5) Animals
5) dýr

Alligator
Krókódíll

Anteater
Mauraæta

Antelope
Antilópa

Ape
Api

Armadillo
Beltisdýr

Baboon
Bavíani

Bat
Leðurblaka

Bear
Björn

Beaver
Bifur

Bison
Vísundur

Bobcat
Gaupa

Camel
Kameldýr

Caribou
Hjörtur

Cat
Köttur

Chameleon
Kamelljón

Cheetah
Blettatígur

Chipmunk
Jarðíkorni

Cougar
Fjallaljón

Cow
Kýr

Coyote
Sléttuúlfur

Crocodile
Krókódíll

Deer
Dádýr

Dinosaur
Risaeðla

Dog
Hundur

Donkey
Asni

Elephant
Fíll

Emu
Emúi

Ferret
Fretta

Fox
Refur

Frog
Froskur

Gerbil
Stökkmús

Giraffe
Gíraffi

Goat
Geit

Gorilla
Górilla

Groundhog
Múrmeldýr íNorður Ameríku

Guinea pig
Naggrís

Hamster
Hamstur

Hedgehog
Broddgöltur

Hippopotamus
Flóðhestur

Horse
Hestur

Iguana
Græneðla

Kangaroo
Kengúra

Lemur
Lemúr

Leopard
Hlébarði

Lion
Ljón

Lizard
Eðla

Llama
Lamadýr

Meerkat
Marköttur

Mouse/mice
Mús/mýs

Mole
Moldvarpa

Monkey
Api

Moose
Elgur

Mouse
Mús

Otter
Otur

Panda
Pandabjörn

Panther
Pardusdýr

Pig
Svín

Platypus
Breiðnefur

Polar bear
Ísbjörn

Porcupine
Puntsvín

Rabbit
Kanína

Raccoon
Þvottabjörn

Rat
Rotta

Rhinoceros
Nashyrningur

Sheep
Kind/kindur

Skunk
Þefdýr/skúnkur

Sloth
Letidýr

Snake
Snákur/slanga

Squirrel
Íkorni

Tiger
Tígrisdýr

Toad
Karta

Turtle
Skjaldbaka

Walrus
Rostungur

Warthog
Vörtusvín

Weasel
Mörður

Wolf
Úlfur

Zebra
Zebrahestur

Birds
fuglar

Canary
Kanarífugl

Chicken
Kjúklingur

Crow
Kráka

Dove
Dúfa

Duck
Önd

Eagle
Örn

Falcon
Fálki

Flamingo
Flamingófugl

Goose
Gæs

Hawk
Haukur

Hummingbird
Kólibrífugl

Ostrich
Strútur

Owl
Ugla

Parrot
Páfagaukur

Peacock
Páfugl

Pelican
Pelikani

Pheasant
Fasani

Pigeon
Dúfa

Robin
Glóbrystingur

Rooster
Hani

Sparrow
Spör

Swan
Svanur

Turkey
Kalkúnn

Water/Ocean/Beach
vötn/haf/strönd

Bass
Vartari

Catfish
Steinbítur/Leirgedda

Clam
Skeldýr

Crab
Krabbi

Goldfish
Gullfiskur

Jellyfish
Marglytta

Lobster
Humar

Mussel
Kræklingur

Oyster
Ostra

Salmon
Lax

Shark
Hákarl

Trout
Silungur

Tuna
Túnfiskur

Whale
Hvalur

Insects
skordýr

Ant
Maur

Bee
Býfluga

Beetle
Bjalla

Butterfly
Fiðrildi

Cockroach
Kakkalakki

Dragonfly
Drekafluga

Earthworm
Ánamaðkur

Flea
Fló

Fly
Fluga

Gnat
Bitmý

Grasshopper
Engispretta

Ladybug
Maríubjalla

Moth
Mölfluga

Mosquito
Moskítófluga

Spider
Kónguló

Wasp
Geitungur

Related verbs
sagnir sem gott er að kunna

To eat
Að borða

To bark
Að gelta

To chase
Að elta

To feed
Að fóðra

To hibernate
Að liggja í dvala

To hunt
Að veiða

To move
Að hreyfa sig, hreyfast

To perch
Að tylla sér á

To prey
Að veiða sér til matar

To run
Að hlaupa

To swim
Að synda

To wag
Að dilla

To walk
Að ganga

6) Plants and trees
6) plöntur og tré

Acacia
Akasíutré

Acorn
Akarn

Annual
Einær

Apple tree
Eplatré

Bamboo
Bambusviður

Bark
Börkur

Bean
Baun

Berry
Ber

Birch
Birki

Blossom
Blómstur

Branch
Grein

Brush
Kjarr

Bud
Knúppur

Bulb
Blómlaukur

Bush
Runni

Cabbage
Hvítkál

Cactus
Kaktus

Carnation
Nellika

Cedar
Sedrusviður

Cherry tree
Kirsjuberjatré

Chestnut
Kastaníuviður

Corn
Maís

Cypress
Grátviður

Deciduous
Sumargrænn

Dogwood
Skollaber

Eucalyptus
Tröllatré

Evergreen
Sígrænn

Fern
Burkni

Fertilizer
Áburður

Fir
Þinur

Flower
Blóm

Foliage
Laufskrúð

Forest
Skógur

Fruit
Ávöxtur

Garden
Garður

Ginko
Maríustakkur

Grain
Korn

Grass
Gras

Hay
Hey

Herb
Jurt

Hickory
Harðhnota

Ivy
Bergflétta

Juniper
Einir

Kudzu
Fjölær klifurjurt

Leaf/leaves
Lauf

Lettuce
Salat

Lily
Lilja

Magnolia
Magnolía

Maple tree
Hlynur

Moss
Mosi

Nut
Hneta

Oak
Eikartré

Palm tree
Pálmatré

Pine cone
Köngull

Plant
Planta

Peach tree
Ferskjutré

Pear tree
Perutré

Petal
Krónublað

Poison ivy
Brenninetla

Pollen
Frjókorn

Pumpkin
Grasker

Root
Rót

Roses
Rósir

Sage
Salvía

Sap
Plöntusafi

Seed
Fræ

Shrub
Runni

Squash
Grasker/kúrbítur

Soil
Jarðvegur

Stem
Stilkur

Thorn
Þyrnir

Tree
Tré

Trunk
Trjábolur

Vegetable
Grænmeti

Vlne
Vafningsjurt

Weed
Illgresi

Related verbs
sagnir sem gott er að kunna

To fertilize
Að bera á

To gather
Að tína saman

To grow
Að vaxa

To harvest
Að uppskera

To pick
Að tína

To plant
Að gróðursetja

To plow
Að plægja

To rake
Að raka saman

To sow
Að sá fræjum

To spray

Að úða

To water

Að vökva

To weed

Að taka illgresi

7) Greetings/Introductions
7) kveðjur/að kynna sig og aðra

Good morning
Góðan dag

Good afternoon
Góðan dag

Good evening
Gott kvöld

Good night
Góða nótt

Hi
Komdu sæll(greeting a male)/komdu sæl (greeting a female)

Hello
Halló

Have you met (name)?
Hefur þú hitt (nafn)?

Haven't we met?
Höfum við ekki hist áður?

How are you?
Hvernig hefur þú það?

How are you today?
Hvernig hefur þú það ídag?

How do you do?
Hvernig líður þér?

How's it going?
Hvernig gengur?

I am (name).
Ég heiti (nafn)

I don't think we've met.
Ég held að við höfum ekki hist áður.

It's nice to meet you.
Gaman að kynnast þér.

Meet (name).
Þetta er (nafn).

My friends call me (nickname).
Vinir mínir kalla mig (gælunafn).

My name is (name).
Ég heiti (nafn).

Nice to meet you.
Gaman að kynnast þér.

Nice to see you again.
Gaman að sjá þig aftur.

Pleased to meet you.
Ánægjulegt að kynnast þér.

This is (name).
Þetta er (nafn).

What's your name?
Hvað heitir þú?

Who are you?
Hver ert þú?

Greeting answers
svör við kveðjum

Fine, thanks
Ég hef það fínt, takk

I'm exhausted
Ég er uppgefin/uppgefinn

I'm okay
Ég hef það sæmilegt

I'm sick
Ég er veik/veikur

I'm tired
Ég er þreytt/þreyttur

Not too bad
Ég hef það ekki svo slæmt

Not too well, actually
Reyndar líður mér ekki vel

Very well
Mér líður mjög vel

Saying Goodbye
að kveðja

Bye
Bless

Good bye
Vertu sæll/vertu sæl

Good night
Góða nótt

See you
Sjáumst

See you later
Sjáumst seinna

See you next week
Sjáumst ínæstu viku

See you soon
Sjáumst bráðlega

See you tomorrow
Sjáumst ámorgun

Courtesy
kurteisi

Excuse me
Afsakið mig

Pardon me
Fyrirgefðu

I'm sorry
Ég biðst afsökunar

Thanks
Takk

Thank you
Þakka þér fyrir

You're welcome
Ekkert að þakka

Special greetings
aðrar kveðjur/óskir

Congratulations
Til hamingju

Get well soon
Láttu þér batna sem fyrst

Good luck
Gangi þér vel

Happy New Year
Gleðilegt nýtt ár

Happy Easter
Gleðilega páska

Merry Christmas
Gleðileg jól

Well done
Þú stóðst þig vel

Related verbs
sagnir sem gott er að kunna

To greet
Að heilsa

To meet
Að hittast

To say
Að segja

To shake hands
Að heilsast með handabandi

To talk
Að tala

To thank
Að þakka fyrir

8) House
8) hús

Air conditioner
Loftræsting

Appliances
Heimilistæki

Attic
Háaloft

Awning
Sóltjald

Backyard
Bakgarður

Balcony
Svalir

Basement
Kjallari

Bathroom
Baðherbergi

Bath tub
Baðker

Bed
Rúm

Bedroom
Svefnherbergi

Blanket
Teppi

Blender
Blandari

Blinds
Myrkvunartjöld

Bookshelf/bookcase
Bókahilla/bókaskápur

Bowl
Skál

Cabinet
Skápur

Carport
Bílskýli

Celing
Loft íherbergi

Cellar
Geymslukjallari

Chair
Stóll

Chimney
Reykháfur

Clock
Klukka

Closet
Fataskápur

Computer
Tölva

Couch
Sófi

Counter
Eldhúsbekkur

Crib
Rimlarúm

Cupboard
Eldhússkápur

Cup
Bolli

Curtain
Gluggatjald

Desk
Skrifborð

Dining room
Borðstofa

Dishes
Diskar

Dishwasher
Uppþvottavél

Door
Dyr

Doorbell
Dyrabjalla

Doorknob
Hurðarhúnn

Doorway
Dyragætt

Drapes
Gluggatjöld

Drawer
Skúffa

Driveway
Heimkeyrsla

Dryer
Þurrkari

Duct
Leiðsla, pípa

Exterior
Utanhúss

Family room
Fjölskylduherbergi

Fan
Vifta

Faucet
Krani

Fence
Girðing

Fireplace
Arinn

Floor
Gólf

Foundation
Grunnur

Frame
Rammi

Freezer
Frystiskápur

Furnace
Miðstöðvarketill

Furniture
Húsgögn

Garage
Bílskúr

Garden
Garður

Grill
Grill

Gutters
Holræsi

Hall/hallway
Andyri/gangur

Hamper
Karfa

Heater
Hitari

Insulation
Einangrun

Jacuzzi tub
Nuddpottur

Key
Lykill

Kitchen
Eldhús

Ladder
Stigi

Lamp
Lampi

Landing
Stigapallur

Laundry
Þvottur

Lawn
Lóð

Lawnmower
Sláttuvél

Library
Bókasafn

Light
Ljós

Linen closet
Rúmfataskápur

Living room
Stofa

Lock
Lás

Loft
Háaloft/loft íherbergi

Mailbox
Póstkassi

Mantle
Skikkja

Master bedroom
Hjónaherbergi

Microwave
Örbylgjuofn

Mirror
Spegill

Neighborhood
Hverfi

Nightstand
Náttborð

Office
Skrifstofa

Oven
Ofn

Painting
Málverk

Paneling
Þilklæðning

Pantry
Búr

Patio
Verönd

Picnic table
Borðsem er utandyra

Picture
Mynd

Picture frame
Myndarammi

Pillow
Koddi

Plates
Diskar

Plumbing
Pípulögn

Pool
Sundlaug

Porch
Yfirbyggður inngangur, Verönd

Queen bed
Hjónarúm

Quilt
Bútasaumsteppi

Railing
Handrið

Range
Eldavél

Refrigerator
Ísskápur

Remote control
Fjarstýring

Roof
Þak

Room
Herbergi

Rug
Motta

Screen door
Millihurð

Shed
Skúr

Shelf/shelves
Hilla/hillur

Shingle
Þakskífa

Shower
Sturta

Shutters
Gluggahleri

Siding
Klæðning

Sink
Vaskur

Sofa
Sófi

Stairs/Staircase
Stigi/tröppur

Step
Þrep

Stoop
Útidyrapallur

Stove
Eldavél

Study
Lesherbergi

Table
Borð

Telephone
Sími

Television
Sjónvarp

Toaster
Brauðrist

Toilet
Klósett

Towel
Handklæði

Trash can
Ruslafata

Trim
Snyrta runna

Upstairs
Uppi

Utility room
Þvottahús

Vacuum
Ryksuga

Vanity
Snyrtiborð

Vase
Vasi

Vent
Loftræsting

Wall
Veggur

Wardrobe
Fataskápur

Washer/washing machine
Þvottavél/ uppþvottavél

Waste basket
Ruslakarfa

Water heater
Vatnshitari

Welcome mat
Motta við útidyr

Window
Gluggi

Window pane
Gluggarúða

Window sill
Gluggakista

Yard
Garður

Related verbs
sagnir sem gott er að kunna

To build
Að byggja

To buy
Að kaupa

To clean
Að þrífa

To decorate
Að skreyta

To leave
Að fara

To move in
Að flytja inn

To move out
Að flytja út

To renovate
Að gera upp

To repair
Að gera við

To sell
Að selja

To show
Að sýna

To view
Að skoða

To visit
Að heimsækja

To work
Að vinna

9) Arts & Entertainment
9) listir og afþreying

3- D
Þrívídd

Action movie
Hasarmynd

Actor/actress
Leikari/leikkona

Album
Plata

Alternative
Óhefðbundið

Amphitheater
Hringleikahús

Animation
Teiknimyndagerð

Artist
Listamaður

Audience
Áhorfendur

Ballerina
Ballettdansmær

Ballet
Ballett

Band
Hljómsveit

Blues
Blústónlist

Caption
Myndatexti

Carnival
Farandtívolí

Cast
Þátttakendur í leikriti eða bíómynd

Choreographer
Danshöfundur

Cinema
Kvikmyndahús

Classic
Sígilt

Comedy
Gamanmynd

Commercial
Auglýsing

Composer
Tónskáld

Concert
Tónleikar

Conductor
Hljómsveitarstjóri/kórstjóri

Contemporary
Samtíma -

Country
Sveitatónlist

Credits
Listi yfir þá sem unnu að gerð kvikmyndar

Dancer
Dansari

Director
Leikstjóri

Documentary
Heimildarmynd

Drama
Harmleikur

Drummer
Trommari

Duet
Tvísöngur

Episode
Þáttur

Event
Viðburður

Exhibit
Sýningargripur

Exhibition
Sýning

Fair
markaður

Fantasy
Fantasía

Feature/feature film
Kvikmynd í fullri lengd

Film
Kvikmynd

Folk
Alþýðu -

Gallery
Listasafn

Genre
Flokkur tónlistar, kvikmynda, bókmennta

Gig
Hljómleikar, dansleikur

Group
Hópur

Guitar
Gítar

Guitarist
Gítarleikari

Hip-hop
Hipp-hopp

Horror
Hryllings-

Inspirational
Andlega hvetjandi

Jingle
Stef

Legend
Goðsögn

Lyrics
Lagatextar

Magician
Töframaður

Microphone
Hljóðnemi

Motion picture
Kvikmynd

Movie director
Kvikmyndaleikstjóri

Movie script
Handrit að kvikmynd

Museum
Safn

Music
Tónlist

Musical
Söngleikur

Musician
Tónlistarmaður

Mystery
Ráðgátu -

New age
Nýaldar -

Opera
Ópera

Opera house
Óperuhús

Orchestra
Hljómsveit

Painter
Málari

Painting
Málverk

Parade
Skrúðganga

Performance
Flutningur á leikriti, tónleikum

Pianist
Píanóleikari

Picture
Mynd

Play
Leikrit

Playwright
Leikritaskáld

Pop
Popptónlist

Popcorn
Poppkorn

Producer
Framleiðandi

Rap
Rapptónlist

Reggae
Reggítónlist

Repertoire
Efnisskrá

Rock
Rokktónlist

Role
Hlutverk

Romance
Rómantík

Scene
Atriði

Science fiction
Vísindaskáldskapur

Sculpter
Myndhöggvari

Shot
Ljósmynd, myndskeið

Show
Sýning

Show business
Skemmtanaiðnaður

Silent film
Þögul mynd

Singer
Söngvari

Sitcom
Gamanþáttur

Soloist
Einsöngvari

Song
Söngur, lag

Songwriter
Lagahöfundur

Stadium
Íþróttavöllur

Stage
Svið

Stand-up comedy
Uppistand

Television
Sjónvarp

TV show
Sjónvarpsþáttur

Theater
Leikhús

Understudy
Læra hlutverk sem varaleikari

Vocalist
Söngvari

Violinist
Fiðluleikari

Related verbs
sagnir sem gott er að kunna

To act
Að leika

To applaud
Að klappa

To conduct
Að stjórnahljómsveit/kór

To dance
Að dansa

To direct
Að leikstýra

To draw
Að teikna

To entertain
Að skemmta

To exhibit
Að sýna

To host
Að kynna

To paint
Að mála

To perform
Að koma fram

To play
Að leika

To sculpt

Að höggva styttur

To show

Að sýna

To sing

Að syngja

To star

Að vera í aðalhlutverki

To watch

Að horfa

10) Games and Sports
10) leikir og íþróttir

Ace
Fara holu í höggi(in golf – í golfi)

Amateur
Áhugamanna -

Archery
Bogfimi

Arena
Íþróttaleikvangur

Arrow
Ör

Athlete
Íþróttamaður

Badminton
Badminton, hnit

Ball
Bolti

Base
Höfn

Baseball
Hafnarbolti

Basket
Karfa

Basketball
Körfubolti

Bat
Kylfa

Bicycle
Hjól, reiðhjól

Billiards
Biljarður

Bow
Bogi

Bowling
Keila

Boxing
Hnefaleikar

Captain
Fyrirliði

Champion
Meistari, methafi

Championship
Meistarakeppni

Cleats
Takkaskór

Club
Kylfa

Competition
Keppni

Course
Völlur

Court
Völlur

Cricket
Krikket

Cup
Bikar

Curling
Krulla

Cycling
Hjóla

Darts
Pílur

Defense
Vörn

Dodgeball
Skotbolti

Driver
Ökumaður

Equestrian
Hestaíþrótt

Event
Viðburður

Fan
Aðdáandi

Fencing
Skylmingar

Field
Völlur

Figure skating
Listdans á skautum

Fishing
Fiskveiði

Football
Amerískur fótbolti

Game
Leikur

Gear
Útbúnaður

Goal
Mark

Golf
Golf

Golf club
Golfkylfa

Gym
Líkamsrækt

Gymnastics
Fimleikar

Halftime
Hálfleikur

Helmet
Hjálmur

Hockey
Hokkí

Horse racing
Kappreiðar

Hunting
Veiðar

Ice skating
Skauta á ís

Inning
Lota

Jockey
Knapi

Judo
Júdó

Karate
Karate

Kayaking
Róa á kajak

Kickball
Sparkbolti

Lacrosse
Háfleikur

League
Deild

Martial arts
Bardagaíþróttir

Mat
Motta

Match
Viðureign

Medal
Verðlaunapeningur

Net
Net

Offense
Sókn

Olympic Games
Ólympíuleikarnir

Pentathlon
Fimmþraut

Pitch
Kasta

Play
Spila

Player
Leikmaður

Polo
Póló

Pool
Knattborðsleikur

Pool cue
Biljarðkjuði

Professional
Atvinnumanna -

Puck
Pökkur

Quarter
Fjórðungur

Race
Kappakstur

Race car
Kappakstursbíll

Racket
Spaði

Record
Met

Referee
Dómari

Relay
Boðhlaup

Riding
Hestamennska

Ring
Hringur

Rink
Íshokkívöllur, hjólaskautasvæði

Rowing
Kappróður

Rugby
Rúbbí

Running
Hlaup

Saddle
Hnakkur

Sailing
Siglingar

Score
Stig

Shuffleboard
Stórar kringlur slegnar með priki að númeruðum reitum sem mynda þríhyrning(we don't really have one Icelandic word for this game/sport)

Shuttle cock
Badminton bolti

Skates
Skautar

Skating
Skauta

Skiing
Skíðaíþrótt

Skis
Skíði

Soccer
Fótbolti

Spectators
Áhorfendur

Sport
Íþrótt

Sportsmanship
Íþróttaandi

Squash
Veggtennis

Stadium
Íþróttaleikvangur

Surf
Brimbrettaíþrótt

Surfboard
Brimbretti

Swimming
Sundíþrótt

Table tennis/ping pong
Borðtennis

Tag
Eltingaleikur

Team
Lið

Tennis
Tennis

Tetherball
Bolti sem er festur við staur með reipi (ball that's tethered to the top of a pole)

Throw
Kasta

Track
Braut

Track and field
Frjálsar íþróttir

Volleyball
Blak

Water skiing
Vatnaskíði

Weight lifting
Lyftingar

Whistle
Flauta

Win
Sigur

Windsurfing
Seglbrettasvif

Winner
Sigurvegari

Wrestling
Glíma

Related verbs
sagnir sem gott er að kunna

To catch
Að grípa

To cheat
Að svindla

To compete
Að keppa

To dribble
Að drippla

To go
Að fara

To hit
Að slá

To jump
Að stökkva

To kick
Að sparka

To knock out
Að slá út

To lose
Að tapa

To play
Að spila

To race
Að keppa við einhvern

To run
Að hlaupa

To score

Að skora

To win

Að sigra

11) Food
11) matur

Apple
Epli

Bacon
Beikon, flesk

Bagel
Beygla

Banana
Banani

Beans
Baunir

Beef
Nautakjöt

Bread
Brauð

Broccoli
Spergilkál

Brownie
Skúffukaka

Cake
Kaka

Candy
Sælgæti

Carrot
Gulrót

Celery
Sellerí

Cheese
Ostur

Cheesecake
Ostakaka

Chicken
Kjúklingur

Chocolate
Súkkulaði

Cinnamon
Kanill

Cookie
Smákaka

Crackers
Heilhveitikex

Dip
Ídýfa

Eggplant
Eggaldin

Fig
Fíkja

Fish
Fiskur

Fruit
Ávöxtur

Garlic
Hvítlaukur

Ginger
Engifer

Ham
Skinka

Herbs
Matjurtir

Honey
Hunang

Ice cream
Rjómaís

Jelly/jam
Hlaup/sulta

Ketchup
Tómatsósa

Lemon
Sítróna

Lettuce
Salatblöð

Mahi mahi
Höfrungsfiskur

Mango
Mangó

Mayonnaise
Majónes

Meat
Kjöt

Melon
Melóna

Milk
Mjólk

Mustard
Sinnep

Noodles
Núðlur

Nuts
Hnetur

Oats
Hafrar

Olive
Ólífa

Orange
Appelsína

Pasta
Pasta

Pastry
Sætabrauð

Pepper
Pipar

Pork
Svínakjöt

Potato
Kartafla

Pumpkin
Grasker

Raisin
Rúsína

Sage
Salvía

Salad
Salat

Salmon
Lax

Sandwich
Samloka

Sausage
Pylsa

Soup
Súpa

Squash
Grasker, kúrbítur

Steak
Steik

Strawberry
Jarðarber

Sugar
Sykur

Tea
Te

Toast
Ristað brauð

Tomato
Tómatur

Vinegar
Edik

Vegetables
Grænmeti

Water
Vatn

Wheat
Hveiti

Yogurt
Jógúrt

Restaurants and Cafes
veitingastaðir og kaffihús

A la carte
Samkvæmt matseðli

A la mode
Með ís ofan á

Appetizer
Forréttur

Bar
Krá, bar

Beverage
Áfengur drykkur

Bill
Reikningur

Bistro
Lítill matstaður

Boiled bowl
Skál með einhverju soðnu í

Braised
Matreitt í vökva

Breakfast
Morgunmatur

Brunch
Dögurður

Cafe/cafeteria
Kaffihús/kaffitería

Cashier
Afgreiðslumaður á kassa

Chair
Stóll

Charge
Rukka, rukkun

Check
Reikningur

Chef
Kokkur

Coffee
Kaffi

Coffee shop
Kaffistofa

Condiments
Krydd

Cook
Elda

Courses
Réttir

Credit card
Krítarkort

Cup
Bolli

Cutlery
Hnífapör

Deli/delicatessen
Sælkerabúð

Dessert
Eftirréttur

Dine
Borða

Diner
Matsölustaður

Dinner
Kvöldverður

Dish
Diskur

Dishwasher
Uppþvottavél

Doggie bag
Pokifyrir afganga

Drink
Drykkur

Entree
Aðalréttur

Food
Matur

Fork
Gaffall

Glass
Glas

Gourmet
Sælkera -

Hor d'oeuvre
Forréttur

Host/hostess
Hótelhaldari/gestgjafi

Knife
Hnífur

Lunch
Hádegisverður

Maitre'd
Yfirþjónn

Manager
Framkvæmdarstjóri

Menu
Matseðill

Mug
Drykkjarkanna

Napkin
Munnþurrka

Order
Panta, pöntun

Party
Hópur

Plate
Diskur

Platter
Matarfat

Reservation
Borðapöntun

Restaurant
Veitingastaður

Saucer
Undirskál

Server
Þjónn

Side order
Meðlæti

Silverware
Borðbúnaður úr silfri

Special
Sérréttur, Réttur dagsins

Spoon
Skeið

Starters
Forréttir

Supper
Hádegisverður

Table
Borð

Tax
Skattur

Tip
Þjórfé

To go
Taka með

Utensils
Áhöld

Waiter/waitress
Þjónn/gengilbeina

Related verbs
sagnir sem gott er að kunna

To bake
Að baka

To be hungry
Að vera svangur/svöng

To cook
Að elda

To cut
Að skera niður

To drink
Að drekka

To eat
Að borða

To eat out
Að borða úti

To feed
Að fóðra

To grow
Að rækta

To have breakfast
Að borða morgunmat

To have lunch
Að borða hádegismat

To have dinner
Að borða kvöldmat

To make
Að búa til

To order
Að panta

To pay
Að borga

To prepare
Að útbúa

To request
Að biðja um

To reserve
Að panta borð

To serve
Að bera fram

To set the table
Að leggja áborð

To taste
Að bragða á

12) Shopping
12) að kaupa inn

Bags
Innkaupapokar

Bakery
Bakarí

Barcode
Strikamerki

Basket
Innkaupakarfa

Bookstore
Bókabúð

Boutique
Lítil tískuverslun

Browse
Skoða

Buggy/shopping cart
Innkaupakarfa á hjólum

Butcher
Slátrari

Buy
Kaupa

Cash
Reiðufé

Cashier
Afgreiðslumaður á kassa

Change
Skiptimynt

Changing room
Mátunarklefi

Cheap
Ódýrt

Check
Ávísun

Clearance
Heimild, Útsala

Coin
Mynt

Convenience store
Kjörbúð

Counter
Búðarborð

Credit card
Krítarkort/vísakort

Customers
Viðskiptavinir

Debit card
Staðgreiðslukort/debetkort

Delivery
Afhending

Department store
Stórverslun, magasín

Discount
Afsláttur

Discount store
Lágvöruverðverslun

Drugstore/pharmacy
Apótek

Electronic store
Raftækjabúð

Escalator
Rúllustigi

Expensive
Dýrt

Flea market
Flóamarkaður

Florist
Blómabúð

Grocery store
Matvörubúð

Jeweler
Skartgripabúð

Mall
Verslunarmiðstöð

Market
Markaður

Meat department
Kjötborð

Music store
Hljóðfærabúð

Offer
Tilboð

Pet store
Gæludýrabúð

Purchase
Kaupa

Purse
Taska

Rack
Rekki

Receipt
Kvittun

Return
Skila vöru

Sale
Sala

Sales person
Sölumanneskja

Scale
Vigt

Size
Stærð

Shelf/shelves
Hilla/hillur

Shoe store
Skóbúð

Shop
Búð

Shopping center
Verslanamiðstöð

Store
Búð

Supermarket
Stórmarkaður

Tailor
Klæðskeri

Till
Peningaskúffa

Toy store
Leikfangabúð

Wallet
Veski

Wholesale
Heildsala

Related verbs
sagnir sem gott er að kunna

To buy
Að kaupa

To charge
Að rukka

To choose
Að velja

To exchange
Að skipta

To go shopping
Að fara að versla

To owe
Að skulda

To pay
Að borga

To prefer
Að taka framyfir

To return
Að skila

To save
Að spara

To sell
Að selja

To shop
Að versla

To spend
Að eyða

To try on

Að máta

To want

Að langa í

13) At the Bank
13) í bankanum

Account
Bankareikningur

APR/Annual Percentage Rate
Ársvextir

ATM/Automatic Teller Machine
Hraðbanki

Balance
Staða á reikningi

Bank
Banki

Bank charges
Afgreiðslugjöld

Bank draft
Bankavíxill

Bank rate
Vextir

Bank statement
Reikningsyfirlit

Borrower
Lántakandi

Bounced check
Innistæðulaus ávísun

Cardholder
Eigandi korts

Cash
Reiðufé

Cashback
Inneign

Check
Ávísun

Checkbook
Ávísanahefti

Checking account
Tékkareikningur

Collateral
Viðbótar-, auka -, hliðar -

Commission
Þóknun

Credit
Lánstraust

Credit card
Krítarkort/vísakort

Credit limit
Lánamörk

Credit rating
Mat á lánshæfi

Currency
Gjaldmiðill

Debt
Skuld

Debit
Úttekt

Debit card
Debetkort

Deposit
Leggja inn peninga

Direct debit
Beinúttekt

Direct deposit
Leggja peninga inn beint

Expense
Kostnaður

Fees
Gjöld

Foreign exchange rate
Gengi erlendra gjaldmiðla

Insurance
Trygging

Interest
Vextir

Internet banking
Netbanki

Loan
Lán

Money
Peningar

Money market
Peningamarkaður

Mortgage
Veðlán

NSF/Insufficient Funds
Ekki næg innistæða

Online banking
Netbanki

Overdraft
Yfirdráttur

Payee
Greiðandi

Pin number
Pinn númer

Register
Skráning

Savings account
Sparnaðarreikningur

Statement
Yfirlit

Tax
Skattur

Telebanking
Sinna bankaviðskiptum gegnum síma

Teller
Gjaldkeri

Transaction
Viðskipti

Traveler's check
Ferðamannatékki

Vault
Peningageymsla

Withdraw
Taka út af reikningi

Related Verbs
sagnir sem gott er að kunna

To borrow
Að fá lánað

To cash
Að innleysa

To charge
Að rukka

To deposit
Að leggja inn peninga

To endorse
Að framselja ávísun

To enter
Að skrá niður

To hold
Að eiga

To insure
Að tryggja

To lend
Að lána

To open an account
Að stofna reikning

To pay
Að borga

To save
Að spara

To spend
Að eyðapeningum

To transfer money
Að færa peninga milli reikninga

To withdraw
Að taka út peninga

14) Holidays
14) hátíðir

Balloons
Blöðrur

Calendar
Dagatal

Celebrate
Fagna

Celebration
Fögnuður

Commemorating
Minnast einhvers

Decorations
Skreytingar

Family
Fjölskylda

Feast
Veisla

Federal
Alríkis

Festivities
Hátíðahöld

Fireworks
Flugeldar

First
Fyrsti

Friends
Vinir

Games
Leikir

Gifts
Gjafir

Heroes
Hetjur

Holiday
Hátíð

Honor
Heiður

National
Alþjóðlegur

Parade
Skrúðganga

Party

Partí, **t***eiti*

Picnics

Lautarferðir

Remember

Minnast

Resolution

Ákvörðun, **h***eit*

Tradition

Hefð

American Holidays in calendar order:
Bandarískar hátíðir eins og þær birtast á dagatalinu:

New Years Day

Nýársdagur

Martin Luther King Jr. Day

D*agur Martin Luther King Jr.*

Groundhog Day

K*yndilmessa* **2.** *febrúar*

Valentine's Day

V*alentínusardagur*

St. Patrick's Day

D*agur* **he***ilags* **P***atriks*

Easter
Páskar

April Fool's Day
1. apríl, aprílgabb

Earth Day
Dagur jarðarinnar

Mother's Day
Mæðradagurinn

Memorial Day
Fallinna hermanna minnst

Father's Day
Feðradagurinn

Flag Day
Fánadagurinn

Independence Day/July 4th
Þjóðhátíðardagur Bandaríkjanna

Labor Day
Dagur verkalýðsins í Bandaríkjunum og Kanada

Columbus Day
12. október þegar Kólumbus fann Ameríku

Halloween
Hrekkjavaka

Veteran's Day
Dagur þegar fyrrverandi hermenn eru heiðraðir

Election Day
Kosningadagur

Thanksgiving Day
Þakkargjörðarhátíð

Christmas
Jól

Hanukkah
Ljósahátíð Gyðinga

New Year's Eve
Gamlárskvöld

Related verbs
sagnir sem gott er að kunna

To celebrate
Að fagna

To cherish
Að bera umhyggju fyrir, minnast með hlýju

To commemorate
Að minnast

To cook
Að matbúa

To give
Að gefa

To go to
Að fara til

To honor
Að heiðra

To observe
Að athuga

To party
Að fara ípartí

To play
Að leika sér

To recognize
Að viðurkenna

To remember
Að muna

To visit
Að heimsækja

15) Traveling
15) ferðalög

Airport
Flugvöllur

Backpack
Bakpoki

Baggage
Farangur

Boarding pass
Brottfararspjald

Business class
Lúxusfarrými

Bus station
Strætóstoppistöð

Carry-on
Handfarangur

Check-in
Innritun

Coach
Lestarvagn

Cruise
Skemmtisigling

Depart/departure
Að fara/brottfarir

Destination
Áfangastaður

Excursion
Dagsferð

Explore
Að kanna eitthvað

First class
Fyrsta farrými

Flight attendant
Flugfreyja/flugþjónn

Fly
Fljúga

Guide
Leiðsögumaður

Highway
Hraðbraut

Hotel
Hótel

Inn
Gistihús

Journey
Ferðalag

Land
Lenda

Landing
Lending

Lift-off
Flugtak

Luggage
Farangur

Map
Landakort

Motel
Mótel

Passenger
Farþegi

Passport
Vegabréf

Pilot
Flugmaður

Port

Höfn

Postcard

Póstkort

Rail

Lestarteinn

Railway

Járnbrautarspor

Red-eye

Næturflug

Reservations

Pantanir

Resort

Dvalarstaður ferðamanna

Return

Fara heim

Road

Vegur

Roam

Flakka, flækjast um

Room

Herbergi

Route

Áætlunarleið

Safari

Safaríferð

Sail

Sigla

Seat

Sæti

Sightseeing

Skoðunarferð

Souvenir

Minjagripur

Step

Þrep

Suitcase

Ferðataska

Take off

Flugtak

Tour

Ferð

Tourism

Ferðamannaiðnaður

Tourist
Ferðamaður

Traffic
Umferð

Trek
Langt og erfitt ferðalag

Travel
Ferðast

Travel agent
Starfsmaður ferðaskrifstofu

Trip
Ferð

Vacation
Frí

Voyage
Langferð, sjóferð

Modes of Transportation
ferðamátar

Airplane/plane
Flugvél

Automobile
Bíll

Balloon
Loftbelgur

Bicycle
Hjól

Boat
Bátur

Bus
Rúta

Canoe
Kanói

Car
Bíll

Ferry
Ferja

Motorcycle
Mótorhjól

Motor home
Húsbíll

Ship
Skip

Subway
Neðanjarðarlest

Train
Lest

Van
Flutningabíll

Hotels
hótel

Accessible
Aðgengilegt

Airport shuttle
Rúta frá flugvelli að hóteli

All-inclusive
Allt innifalið

Amenities
Þægindi

Balcony
Svalir

Bathroom
Baðherbergi

Beach
Strönd

Beds
Rúm

Bed and breakfast
Gisting og morgunverður

Bellboy/bellhop
Vikapiltur

Bill
Reikningur

Breakfast
Morgunverður

Business center
Skrifstofuaðstaða

Cable/satellite TV
Kapal/gervihnattasjónvarp

Charges(in-room)
Gjald fyrir til dæmis að nota síma eðawi-fi net hótelsins

Check- in
Skrá sig inn

Check-out
Skrá sig út

Concierge
Húsvörður

Continental breakfast
Léttur morgunverður

Corridors (interior)
Gangar innanhúss

Doorman
Dyravörður

Double bed
Hjónarúm

Double room
Herbergi með hjónarúmi

Elevator
Lyfta

Exercise/fitness room
Líkamsræktarsalur

Extra bed
Aukarúm

Floor
Hæð

Front desk
Innritunarborð

Full breakfast
Stór morgunverður með pylsum, beikoni og margskonar mat.

Gift shop
Gjafavörubúð

Guest
Gestur

Guest laundry
Þvottahús fyrir gesti

Hair dryer
Hárþurrka

High-rise
Háhýsi

Hotel
Hótel

Housekeeping
Herbergisþrif

Information desk
Upplýsingaborð

Inn
Gistihús

In-room
Allt það sem fylgir með herberginu, til dæmis ísskápur, hitakanna, sími.

Internet
Internetið

Iron/ironing board
Straujárn/straubretti

Key
Lykill

King bed
Mjög stórt rúm

Lobby
Anddyri

Lounge
Setustofa

Luggage
Farangur

Luxury
Hægindi

Maid
Herbergisþerna

Manager
Framkvæmdastjóri, eigandi

Massage
Nudd

Meeting room
Fundaherbergi

Microwave
Örbylgjuofn

Mini-bar
Míníbar

Motel
Vegahótel, mótel

Newspaper
Dagblað

Newsstand
Blaðsöluturn

Non-smoking
Reyklaust svæði

Pets/no pets
Gæludýr leyfð/gæludýr ekki leyfð

Pool-indoor/outdoor
Sundlaug – inni/utandyra

Porter
Lestarþjónn, burðarmaður

Queen bed
Queen size rúm, hjónarúm

Parking
Bílastæði

Receipt
Kvittun

Refrigerator (in-room)
Ísskápur

Reservation
Pöntun

Restaurant
Veitingastaður

Room
Herbergi

Room number
Herbergisnúmer

Room service
Herbergisþjónusta

Safe(in-room)
Peningaskápur(í herberginu)

Service charge
Þjónustugjald

Shower
Sturta

Single room
Herbergi fyrir einn

Suite
Svíta

Tax
Skattur

Tip
Þjórfé

Twin bed
Einstaklingsrúm

Vacancy/no vacancy
Laus herbergi/engin laus herbergi

Wake-up call
Símtal til að vekja fólk á herbergi óski það eftir því

Whirlpool/hot tub
Nuddpottur/heitur pottur

Wireless high-speed internet
Þráðlaus háhraða nettenging

Related Verbs
sagnir sem gott er að kunna

To arrive
Að koma ááfangastað

To ask
Að spyrja

To buy
Að kaupa

To catch a flight
Að ná flugi

To change
Að skipta

To drive
Að aka

To find
Að finna

To fly
Að fljúga

To land
Að lenda

To make a reservation
Að panta herbergi

To pack
Að pakka niður

To pay
Að borga

To recommend
Að mæla með

To rent
Að leigja

To see
Að skoða

To stay
Að dvelja

To take off
Að fara íloftið íflugvél

To travel
Að ferðast

To swim
Að synda

16) School
16) skóli

Arithmetic
Talnafræði, reikningur

Assignment
Verkefni

Atlas
Landakortabók

Backpack
Bakpoki

Binder
Mappa

Blackboard
Krítartafla

Bookbag
Bókapoki

Bookcase
Bókaskápur

Bookmark
Bókamerki

Calculator
Reiknivél

Calendar
Dagatal

Chalk
Krít

Chalkboard
Krítartafla

Chart
Tafla með myndum til dæmis línuritum

Class clown
Bekkjartrúður

Classmate
Bekkjarfélagi

Classroom
Kennslustofa

Clipboard
Skrifbretti með klemmu

Coach
Þjálfari

Colored pencils
Trélitir

Compass
Áttaviti

Composition book
Stílabók

Computer
Tölva

Construction paper
Föndurpappír

Crayons
Vaxlitir

Desk
Skrifborð

Dictionary
Orðabók

Diploma
Prófskírteini

Dividers
Sirklar

Dormitory
Heimavist

Dry-erase board
Tússtafla

Easel
Málaratrönur

Encyclopedia
Alfræðiorðabók

English
Enska

Eraser
Strokleður

Exam
Próf

Experiment
Tilraun

Flash cards
Spjald með upplýsingum sem nemendur geta lært untanað

Folder
Mappa

Geography
Landafræði

Globe
Hnattlíkan

Glossary
Glósur

Glue
Lím

Gluestick
Límstifti

Grades,A,B,C,D,F, passing, failing
Einkunnir tíu (10),níu(9),átta (8), sjö(7),sex (6), að ná prófi, að falla á prófi

Gym
Leikfimi

Headmaster
Skólastjóri

Highlighter
Áherslutússpenni

History
Mannkynssaga

Homework
Heimanám

Ink
Blek

Janitor
Húsvörður

Kindergarten
Leikskóli

Keyboard
Lyklaborð

Laptop
Fartölva

Lesson
Kennslustund

Library
Bókasafn

Librarian
Bókasafnsfræðingur

Lockers
Skápar

Lunch
Hádegismatur

Lunch box/bag
Nestisbox/poki

Map
Landakort

Markers
Merkipennar

Math
Stærðfræði

Notebook
Stílabók

Notepad
Skrifblokk

Office
Skrifstofa

Paper
Pappír

Paste
Líma

Pen
Penni

Pencil
Blýantur

Pencil case
Pennaveski

Pencil sharpener
Yddari

Physical education/PE
Leikfimi

Portfolio
Skjalamappa

Poster
Plakat

Principal
Skólastjóri

Professor
Prófessor

Project
Verkefni

Protractor
Gráðubogi

Pupil
Nemandi

Question
Spurning

Quiz
Skyndipróf

Read
Lesa

Recess
Frímínútur

Ruler
Reglustrika

Science
Vísindi

Scissors
Skæri

Secretary
Ritari

Semester
Önn

Stapler
Heftari

Student
Nemandi

Tape
Segulband

Teacher
Kennari

Test
Próf

Thesaurus
Samheitaorðabók

Vocabulary
Orðaforði

Watercolors
Vatnslitir

Whiteboard
Tússtafla

Write
Skrifa

Related Verbs
sagnir sem gott er að kunna

To answer
Að svara

To ask
Að spyrja

To draw
Að teikna

To drop out
Að hætta ískóla

To erase
Að stroka út

To fail
Að falla áprófi

To learn
Að læra

To pass
Að ná prófi

To play
Að leika sér

To read
Að lesa

To register
Að skrá sig

To show up
Að mæta

To sign up
Að skrá sig

To study
Að læra

To teach
Að kenna

To test
Að láta nemendur taka próf

To think
Að hugsa

To write
Að skrifa

17) Hospital
17) spítali

Ache
Verkur

Acute
Bráða -

Allergy/allergic
Ofnæmi/að hafa ofnæmi fyrir

Ambulance
Sjúkrabíll

Amnesia
Minnisleysi

Amputation
Aflimun

Anemia
Járnskortur, blóðleysi

Anesthesiologist
Svæfingarlæknir

Antibiotics
Sýklalyf

Anti-depressant
Þunglyndislyf

Appointment
Tími hjá lækni

Arthritis
Liðagigt

Asthma
Astmi

Bacteria
Baktería, sýkill

Bedsore
Legusár

Biopsy
Vefsýnataka

Blood
Blóð

Blood count
Blóðrauðastyrkur

Blood pressure
Blóðþrýstingur

Blood test
Blóðprufa

Bone
Bein

Brace
Spelka, spöng

Bruise
Marblettur

Caesarean section (C – section)
Keisaraskurður

Cancer
Krabbamein

Cardiopulmonary resuscitation (CPR)
Munn-við-munn og hjartahnoð

Case
Tilfelli

Cast
Gifs

Chemotherapy
Lyfjameðferð

Coroner
Dánardómstjóri

Critical
Áríðandi

Crutches
Hækjur

Cyst
Vökvafyllt blaðra

Deficiency
Skortur á einhverju

Dehydrated
Ofþornaður

Diabetes
Sykursýki

Diagnosis
Sjúkdómsgreining

Dietician
Næringafræðingur

Diseasae
Sjúkdómur

Doctor
Læknir

Emergency
Neyð

Emergency room
Bráðavakt

Exam
Próf

Fever
Hiti

Flu (influenza)
Flensa, inflúensa

Fracture
Beinbrot, sprunga

Heart attack
Hjartaáfall

Hematologist
Sérfræðingur í blóðsjúkdómum

Hives
Ofsakláði, ofnæmi

Hospital
Spítali, sjúkrahús

Illness
Veikindi, sjúkdómur

Imaging
Taka mynd af

Immunization
Bólusetning

Intensive Care Unit (ICU)
Gjörgæsla

IV
Æðaleggur með upplausn í

Laboratory (lab)
Rannsóknarstofa

Life support
Öndunarvél

Mass
Frumuklasi

Medical technician
Bráðaliði

Neurosurgeon
Taugaskurðlæknir

Nurse
Hjúkrunarkona

Operating room (OR)
Skurðstofa

Operation
Aðgerð

Ophthalmologist
Augnlæknir

Orthopedic
Bæklunarskurðlækninga -

Pain
Sársauki

Patient
Sjúklingur

Pediatrician
Barnalæknir

Pharmacist
Lyfjafræðingur

Pharmacy
Apótek

Physical therapist
Sjúkraþjálfari

Physician
Læknir

Poison
Eitur

Prescription
Lyfseðill

Psychiatrist
Geðlæknir

Radiologist

Geislafræðingur

Resident

Dvalargestur

Scan

Skanna sjúkling í skann

Scrubs

Læknasloppar

Shots

Sprautur

Side effects

Aukaverkanir

Specialist

Sérfræðingur

Stable

Stöðugur

Surgeon

Skurðlæknir

Symptoms

Einkenni

Therapy

Meðferð

Treatment
Meðferð

Vein
Æð

Visting hours
Heimsóknartímar

Visitor
Gestir

Wheelchair
Hjólastóll

X-ray
Röntgengeislar

Related Verbs
sagnir sem gott er að kunna

To bring
Að koma með einhvern

To cough
Að hósta

To examine
Að skoða einhvern

To explain
Að útskýra

To feel
Að finna fyrir

To give
Að gefa

To hurt
Að finna til

To prescribe
Að skrifa lyfseðil

To scan
Að setja sjúkling í skanna

To take
Að taka

To test
Að rannsaka

To treat
Að meðhöndla

To visit
Að heimsækja

To wait
Að bíða

To x-ray
Að taka Röntgenmynd

18) Emergency
18) neyðartilfelli

Accident
Slys

Aftershock
Eftirskjálfti

Ambulance
Sjúkrabíll

Asthma attack
Astmakast

Avalanche
Snjóflóð

Blizzard
Snjóbylur

Blood/bleeding
Blóð/blæðing

Broken bone
Brotið bein

Car accident
Bílslys

Chest pain
Brjóstverkur

Choking
Köfnun

Crash
Árekstur

Diabetes
Sykursýki

Doctor
Læknir

Drought
Þurrkur

Drowning
Drukknun

Earthquake
Jarðskjálfti

Emergency
Neyðartilfelli

Emergency services
Neyðarþjónusta

EMT (emergency medical technician)
Bráðaliði

Explosion
Sprenging

Fight
Berjast

Fire
Eldur

Fire department
Slökkvilið

Fire escape
Brunaútgangur

Firefighter
Slökkviliðsmaður

Fire truck
Slökkviliðsbíll

First aid
Fyrsta hjálp

Flood
Flóð

Fog
Þoka

Gun
Byssa

Gunshot
Byssuskot

Heart attack
Hjartaáfall

Heimlich maneuver
Heimlichtak

Help
Hjálp

Hospital
Spítali, sjúkrahús

Hurricane
Hvirfilbylur

Injury
Áverki

Ladder
Stigi

Lifeguard
Lífvörður,Strandvörður

Life support
Öndunarvél

Lightening
Elding

Lost
Villtur

Mudslide
Aurskriða

Natural disaster
Náttúruhamfarir

Nurse
Hjúkrunarkona

Officer
Lögregluþjónn

Paramedic
Bráðaliði

Poison
Eitur

Police
Lögregla

Police car
Lögreglubíll

Rescue
Björgun

Robbery
Rán

Shooting
Skotárás

Stop
Stöðva, stansa

Storm
Stormur, rok

Stroke
Heilablóðfall

Temperature
Hitastig

Thief
Þjófur

Tornado
Skýstrókur

Tsunami
Flóðbylgja

Unconscious
Meðvitundarlaus

Weather emergency
Neyðartilfelli vegna veðurs

Related Verbs
sagnir sem gott er að kunna

To bleed
Að blæða

To break
Að brotna

To breathe
Að anda

To burn
Að brenna

To call
Að hringja

To crash
Að brotlenda, lenda íárekstri

To cut
Að skera

To escape
Að sleppa

To faint
Að líða yfir

To help
Að hjálpa

To hurt

Að finna til

To rescue

Að bjarga

To save

Að bjarga

To shoot

Að skjóta

To wheeze

Mása, hvása, blása

To wreck

Að eyðileggja